भारतातील महापुरूष

सुभाषचंद्र बोस

रचना भोला 'यामिनी'

AF518490

डायमंड बुक्स

ISBN : 978-81-288-3936-8

© **प्रकाशकाधीन**

प्रकाशक	:	**डायमंड पॉकेट बुक्स (प्रा.) लि.**
		X -30, ओखला इंडस्ट्रियल एरिया, फेज- II
		नवी दिल्ली - 110020
फोन	:	011-40712100
ई- मेल	:	sales@dpb.in
वेबसाईट	:	www.diamondbook.in
संस्करण	:	2025
मुद्रक	:	आदर्श प्रिंटर्स, शाहदरा, दिल्ली -32

SUBHASH CHANDRA BOSE (MARATHI)

by : Rachna Bhola Yamini

अनुक्रमणिका

परिचय

भारतीय स्वातंत्र्य युद्धातील सर्वात क्रांतिकारी नेत्यांपैकी एक म्हणजे सुभाषचंद्र होत. ते 'नेताजी' या नावाने ओळखले जातात. त्यांचा जन्म ओरिसा राज्यातील कटक जिल्ह्यात २३ जानेवारी १८९७ मध्ये जानकीनाथ बोस आणि प्रभावती देवी यांच्या घरी झाला. त्यांचे वडील एक प्रसिद्ध वकील होते, तर आई एक धार्मिक गृहिणी होती. आपल्या चौदा बहिण भावात त्यांचा क्रमांक नववा होता. लहानपणापासूनच ते हुशार विद्यार्थी होते. मॅट्रिक्युलेशनच्या परीक्षेत ते कटक जिल्ह्यातून सर्वप्रथम आले होते. त्यानी कोलकत्ता येथील स्कॉटिश चर्च कॉलेजमधून तत्त्वज्ञानाची पदवी मिळविली होती. त्यांच्यावर स्वामी विवेकानंद यांच्या शिकवणीचा प्रभाव होता आणि आपल्या विद्यार्थी दशेपासूनच ते दशभक्तीच्या भावनेने भारलेले होते. ते वडिलांच्या इच्छेनुसार आयसीएसची परीक्षा देण्यासाठी इंग्लंडला गेले. १९२० साली त्यांनी या स्पर्धा परीक्षेत चौथे स्थान मिळविले. जालियानवाला बाग हत्याकांडामुळे दुःखी होऊन त्यांनी आयसीएसचा राजिनामा दिला आणि भारतात परत आले.

भारतात आल्यावर ते गांधीजींच्या वचनांनी खूप प्रभावित झाले. भारतीय राष्ट्रीय कॉंग्रेसचे सदस्यत्व स्वीकारून ते देशबंधु चित्तरंजनदास यांच्या सोबत काम करू लागले. तेच त्यांचे राजकीय गुरू होते. त्यानी मोतीलाल नेहरू समितीच्या मार्गदर्शनाखाली कॉंग्रेसच्या वतीने घोषित 'डोमिनियन स्टेटस' ला विरोध केला. भारताच्या पूर्ण स्वातंत्र्याशिवाय त्यांना दुसरे काहीही नको होते. १९३०मध्ये ते सविनय कायदेभंगाच्या चळवळीत

तुरूंगात गेले. १९३१ साली गांधी आयर्विन करारानंतरच त्यांची सुटका करण्यात आली.

सुभाष यांच्या क्रातिकारक कारवायामुळे भयभीत झालेल्या इंग्रज सरकारने त्यांना युरोपात स्थानबद्ध केले. या संधीचा फायदा घेत त्यांनी युरोपातील अनेक देशांशी भारताचे राजकीय आणि सांस्कृतिक संबंध निर्माण करण्यासाठी प्रयत्न केले. बंदी असतानाही भारतात प्रवेश केला म्हणून त्यांना पुन्हा एकदा एका वर्षाचा तुरूंगवास भोगावा लागला.

याच दरम्यान इंग्रजांच्या डोळयात धूळ फेक करून ते अफगाणिस्थान मार्गे जर्मनीत गेले. इंग्रजाच्या विरोधात सहकार्य करण्यासाठी त्यांनी जपान आणि जर्मनीला राजी केले. ते जुलै १९४३मध्ये सिंगापूरला आले. इथेच त्यांनी आझाद हिंद फौजेची स्थापना केली. या सेनेत अनेक भारतीय युद्ध कैदी होते. हीच सेना इंग्रजी सैन्याचा पराभव करीत १८ मार्च १९४४ रोजी ब्रह्मदेशाची सीमा पार करून मातृभूमीच्या पायाशी आली.

दुर्दैवाने दुसऱ्या महायुद्धात जपान आणि जर्मनीचा पराभव झाल्यामुळे आझाद हिंद सेनेचे ध्येय पूर्ण होऊ शकले नाही. १८ ऑगसट १९४५ रोजी झालेल्या विमान अपघातात नेतांजीचे निधन झाल्याचे घोषित करण्यात आले. ते अजूनही जिंवत असल्याचे काही लोक समजतात. वास्तवाचा शोध घेण्यासाठी अनेक समित्या स्थापन करण्यात आल्या, पण सत्य बाहेर आले नाही.

त्यांची कथा अदभूत रोमांचक आहे नि:सशंय सुभाषचंद्र आपल्या आधुनिक इतिहासाचे एक महान नायक आहेत.

ज़न्म आणि बालपण

वकील जानकीनाथ बोस यांच्या पत्नी प्रभावती यांनी २३ जानेवारी १८९७ रोजी एका पुत्राला जन्म दिला. ते त्यांचे नववे संतान होते. जानकीनाथ बोस एक व्यस्त व्यक्ती होते. त्यांच्याकडे कुटुंब आणि मुलासांठी वेळ नव्हता. पत्नी प्रभावती तर जणू पतीची सावली होत्या.

नवजात बालकाचे नाव सुभाषचंद्र ठेवण्यात आले. या बाळाकडे आई वडिलानी फारसे लक्ष दिले नाही. इतर मुलांप्रमाणेच सुभाषचेही पालण पोषण झाले.

शालेय शिक्षण

पाच वर्षांचे वय झाल्यावर सुभाषाल प्राथमिक शिक्षणासाठी बाप्टिस्ट मशिन स्कूलमध्ये दाखल करण्यात आले. शाळेत अभ्यासाची कडक शिस्त होती. सुभाषला शाळेचे नियम आणि शिस्त खूप प्रिय वाटत असे. शालेय शिस्तीत ते मन लाऊन अभ्यास करीत असत. त्यामुळे लवकरच ते शिक्षक प्रिय विद्यार्थी झाले.

वर्णभेदाच्या विरूद्ध

शाळेत वर्णभेदाचा खूप प्रभाव होता. काळया मुलांना (भारतीय) बहुतेक वेळा बळी पडावे लागत असे. बहुतेक प्रकरणात त्यांना गोऱ्या (इंग्रज) मुलांनी केलेला अपमान आणि शेरे सहन करावे लागत असत.

एके दिवशी एका बंगाली मुलाला धमकावत होता, "ये काळ्या माकडा, तुझ्या घाणेरड्या हातांनी माझ्या पुस्तकाला हात का लावलास?"

बंगाली मुलगा चपापला, "क्षमा करा..."

इंग्रज मुलगा सतत शिव्या देत होता त्या गरीब मुलाचे कान विटले होते.

हे सर्व पाहून सुभाषला खूप संताप आला. पण फक्त शिस्तीमुळे ते गप्प बसले.

वर्ग संपल्यावर त्यांनी त्या बंगाली मुलाला विचारले, की तो हे सर्व गुपचूप का सहन करीत होता. त्या मुलाने सांगितले की त्या गोऱ्या मुलाचे वडील इंग्रज अधिकारी होते. तो त्याच्यासाठी अडचणी निर्माण करू शकला असता.

सुभाषने त्या मुलाला सागिंतले, की आता त्याने काय होते, ते नुसते उभे राहून पहावे. तो गोरा मुलगा बाहेर आल्यावर सुभाष त्याला म्हणाला, "तू या मुलाला आणि भारतीयांना शिव्या का देत होतास? "

तो गुरगुरला, "का म्हणू नको? तुम्ही काळी माकडे काय करणार?"

शरीरयष्टीने सुभाष त्याच्यापेक्षा लहान होता, पण त्याने हिमत सोडली नाही. त्याने त्या मुलाची कॉलर पकडली आणि त्याला आपटले. त्यामुळे त्या बंगाली मुलालाही जोश आला आणि त्याने गोऱ्या मुलाला एक जोरदार मुक्का हाणला.

राबेनशॉ कॉलेजियट स्कूल

मिशन स्कूलमध्ये सात वर्षे शिक्षण घेतल्यावर सुभाष यांच्यात एखाद्या इंग्रजी मुलासारखेच शिष्टाचार आणि वागणे आले. फक्त रंगाचा फरक होता. त्यांचे इंग्रजी उच्चारही चांगले होते.

१२ वर्षे वयाच्या सुभाषसाठी १९०९ हे वर्ष म्हणजे विचित्र वळण देणारे ठरले. त्यानी राबेनशॉ कॉलेजियट स्कूलमध्ये प्रवेश घेतला. तेथील नियम मिशन स्कूलपेक्षा खूपच वेगळे होते. ही शाळा भारतीय संस्कृती आणि राष्ट्रीयत्वाच्या रंगात रंगलेली होती. सुभाषही दुसऱ्या मुलांप्रमाणे धोतर आणि सदरा घालू लागले. येथूनच त्यांची ओळख एक तरूण देशभक्त अशी निर्माण झाली.

११ ऑगस्ट १९१० रोजी प्रसिद्ध क्रांतिकारक शहीद खुदिराम बोस यांची पूण्यतीथी होती. याच दिवशी एक वर्ष आधी इंग्रजांनी खुदिराम बोसला फाशी दिली होती.

सुभाष यानी मैदानात सर्व विद्यार्थ्यांना एकत्र केले आणि शहीद खुदिराम बोस यांना श्रद्धांजली अर्पण करण्याचा कार्यक्रम सुरू केला. त्यांनी आपल्या भाषणातून खुदिराम बोस यांचे कार्य सांगितले तसेच त्यांच्या स्मृतिप्रित्यर्थ एक दिवसाचा उपवास पाळण्याचे विद्यार्थी आणि शिक्षकांना आवाहन केले.

महाविद्यालयीन शिक्षण

मॅट्रिक्युलेशननंतर वडिलांनी त्यांना प्रेसिंडेन्सी कॉलेजात पाठविले. त्यांचे कोलकत्त्यात एक घर होते त्यामुळे तिथे राहण्या, खाण्याची काही अडचण

नव्हती. सुभाष यांचे मोठे भाऊही त्याच कॉलेजात होते. प्रेसिडेन्सी कॉलेज कोलकत्यातील प्रसिद्ध नाव होते.

हे कॉलेज पाश्चात्य संस्कृतीच्या रंगात रंगलेले होते. इथे भारतीय विद्यार्थीही इंग्रजासारखे वागत असत. राबेनशॉ स्कूलमध्ये सुभाष यांची मानसिकता पक्की झाली होती. त्यामुळे त्यांनी आपले वागणे आणि जीवनशैली बदलली नाही.

एकदा कोलकत्यात रामकृष्ण मिशनचे अधिवेशन झाले. त्यात स्वामी विवेकानंदही येणार होते. सुभाषने स्वामीजींचे प्रवचन ऐकले. त्यामुळे ते खूप प्रभावित झाले आणि त्यांनी त्यांच्या अध्यात्मिक मार्गावर चालण्याचा निर्णय घेतला.

चर्चा करण्यासाठी त्यांनी साहित्य, समाज सुधारणा व राजकीय जगातील महान व्यक्तींना भेटले. ते अरविंद घोष आणि सुरेंद्रनाथ बॅनर्जी यांनाही भेटले. त्यांनी गुरूदेव रवींद्रनाथ टागोर यांचीही भेट घेतली. या भेटींचा निष्कर्ष इतकाच निघाला की सुभाष यांनी जीवनापासून दूर पळून जाण्याचा प्रयत्न करण्याऐवजी त्यातील वास्तवाचा सामना करावा.

सुभाषचा जास्तीत जास्त वेळ अध्यात्मिक वाचन आणि चर्चा यात जाऊ लागला. ते एफ. ए. ची परीक्षा कसे तरी पास झाले. मार्क खूप कमी मिळाले होते. आपण अभ्यासाकडे दुर्लक्ष करायचे नाही, असा त्यांनी निश्चय केला. मग बी.ए. ची तयारी करू लागले.

हरताळाचे आवाहन

एके दिवशी सुभाष वाचनालयात काही वाचीत असताना एक विद्यार्थी पळत आला आणि म्हणाला, “सुभाष, प्रोफेसर औटन भारतीय विद्यार्थ्यांना

शिव्या देत आहेत. एका विद्यार्थ्याला तर त्यांनी थापडही मारली आहे."

भारतीयांना जनावरांपेक्षा हीन समजणाऱ्यांपैकी हे प्राध्यापक एक होते.

सुभाष वर्गात गेले तर तिथे खरोखरच तशी परिस्थिती होती. ते थेट प्रिसिंपॉलकडे गेले आणि त्या प्राध्यापकाची तक्रार केली. प्रिसिंपॉल स्वतःही तसेच होते. त्यांनी त्या प्रोफेसरला काही सांगण्याऐवजी सुभाष यांनी प्राध्यापकाचा अपमान केला म्हणून फटकारले आणि क्षमा मागायला सांगितली.

सुभाषने विद्यार्थ्यांना एकत्र करून प्रिसिंपॉलच्या केबीनमध्ये काय झाले ते सांगितले. प्रिसिपॉल कसे वागतात ते सर्वांना माहीत होते. सुभाषच्या पुढाकारामुळे सर्वांनी संप पुकारला.

सर्व भारतीय विद्यार्थ्यांनी वर्गावर बहिष्कार घातला. हा संप तीन दिवस चालला. कॉलेज व्यवस्थापनाला माघार घ्यावी लागली. त्या प्राध्यापकाने सर्वांची क्षमा मागितली.

व्यवस्थापनाने त्यांना दुसऱ्या कारणावरून काढून टाकले.

कटकला परत.

सुभाष आपल्यावर नाराज असलेल्या वडिलंकडे परत आले. सुभाषने विद्यापीठात दुसरे स्थान मिळवित बी.ए. ची परीक्षा पास केली तेव्हा वडिलांचा राग जरा शांत झाला. आपले स्वप्न साकार होत असल्याचे त्यांना वाटले.

त्यंनी सुभाषला आय. सी. एस. परीक्षेला बसण्याचा सल्ला दिला. जी

त्या काळात लंडनमध्ये होत असे. सुभाषला सरकारी नोकर व्हायचे नव्हते. जालियनवाला बाग हत्याकंडा झाले होते आणि देशातील तरूण रर्घ इंग्रजांच्या विरोधात गेला होता. आपल्याला इंग्रजांची गुलामी करायची नसल्याचे त्यांनी वडिलांना सांगून टाकले.

बाबू जानकीनाथ यांच्यासाठी त्यांची इच्छा हाच आदेश असायची. त्यांनी सुभाषला दटावले, "वास्तविक पाहता, तुझ्यात आयसीएस होण्याची पात्रताच नाही."

सुभाषने हे आव्हान स्वीकारले आणि लंडनला जाऊन ही परीक्षा दिली. त्यांना आपला स्वाभिमान गमवायचा नव्हता.

सुभाष लंडनमध्ये

ऑक्टोबर १९१९ ला सुभाष लंडनला गेले आणि केंब्रिज विद्यापीठात जाऊन परीक्षेची तयारी करू लागले. ही परीक्षा आठ महिन्यानंतर होणार होती. सुभाषने या परीक्षेत चौथे स्थान पटकावले.

बोस कुटुंबाच्या आनंदाला पारावार राहिला नाही. वास्तविक पाहता त्यांच्या वडिलांना आपल्या मुलाचा पहिल्यांदा अभिमान वाटला होता. मुलाच्या यशामुळे सहकाऱ्यांत त्यांची मान ताठ झाली होती.

सुभाषला इंग्रजाची नोकरी करायची नाही, हे वडिलांना कळले तेव्हा जबरदस्त धक्का बसला. भारतात परत येऊन सुभाषने नोकरी मिळविण्यासाठी हालचाली न करता इंग्लंडमध्येच वेळ घालविला.

भारतात परत

१६ जुलै १९२१ रोजी ते भारतात परत आले. त्या वेळेपर्यंत

भारतात राजकीय क्षितिजावर गांधींजींचा उदय झाला होता. सुभाष गांधीजींना भेटायला गेले.

सुभाष गांधीजींना भेटायला गेले तेव्हा सर्व काँग्रेस कार्यकर्त्यांसोबत ते खाली चटईवर बसले होते. त्या सर्वांनी खादी घातली होती. आपला आधुनिक पोषाख पाहून सुभाषला ग्लानी आली. गांधीजींनी त्यांना जवळ बसविले. जवळपास एक तसा बोलणी चालली. गाधीजींनी त्यांना क़ॉंग्रेसचे प्रसिद्ध बंगाली नेते चित्तरंजन दास यांना भेटण्याचा सल्ला दिला.

सुभाष चित्तरंजन दास यांना भेटले. त्यांनी चित्तरंजन यांना आपल्या गांधीजीसोबत झालेल्या भेटीबद्दल सांगितले. गांधीजीच्या स्वभावातील काही धोरणे आणि विचार थोडे कठोर असून ते अहिंसेवर जरा जास्त भर देतात ते अव्यवहार्य असल्याचे चित्तरंजन दास यांचे म्हणणे होते.

दास हेही बंगालचे प्रसिद्ध नेते होते आणि बंगाल काँग्रेस पार्टीचे अध्यक्ष होते. त्यांच्याच मार्गदर्शनाखाली सुभाष यांनी आपल्या राजकीय करिअरला सुरूवात केली.

याकाळात त्यांनी गृह सचिवांना लिहिले, "मला परकीय सरकारच्या हाताखाली नोकरी करायची नाही. त्यामुळे मी आयसीएसचा राजिनामा देत आहे."

नॅशनल कॉलेजचे प्राचार्यपद

सुभाष यांना नॅशनल कॉलेजचे प्राचार्यद देण्यात आले. स्वातंत्र्य आंदोलनाच्या काळात अनेक नॅशनल स्कूल आणि कॉलेजेस सुरू करण्यात आली होती. तिथे युवकांना शिक्षण देण्याबरोबरच पक्षासाठी प्रशिक्षितही

करण्यात येत होते. सुभाष यांनी राजकीय आणि सामाजिक कार्यासाठी 'नॅशनल व्हॉलेटियर कोर' ची स्थापना केली. ते बंगाल कॉंग्रेस समितीतही सहभागी झाले.

ते 'बांगलार कथा' नावाच्या पत्रिकेचे संपादनही करू लागले.

प्रिंस ऑफ वेल्सच्या विरूद्ध

नोव्हेंबर १९२१ मध्ये प्रिंस ऑफ वेल्स भारत दौऱ्यावर आले. त्यांचा विरोध करण्याचे कॉंग्रेसने ठरविले. कोलकत्ता आणि बंगालमध्ये हे काम चित्तरंजन दास यांच्यावर सोपविण्यात आले. त्यांनी ही जबाबदारी सुभाष यांच्यावर टाकली. सुभाष यांच्या स्वंयसेवकांच्या गटाने हा बहिष्कार बंगालमध्ये यशस्वी करून दाखविला. त्यांच्या कुशल नेतृत्वाचे सर्वांनी कौतुक केले.

पहिला तुरूंगवास

'१० डिसेंबर १९२१ रोजी चित्तरंजन दास आणि सुभाष यांना अटक करण्यात आली. दोघांनाही सहा सहा महिन्यांचा तुरूंगवास झाला.

सहा महिने पूर्ण झाल्यावर २४ ऑगस्ट १९२२ ला सुभाष यांची सुटका झाली. त्या नंतर पाच दिवसांनी चित्तरंजन दास यांनाही सोडण्यात आले. सुभाष बाहेर आले तेव्हा बंगालमध्ये पूर आल्याचे त्यांना कळले. ते आपल्या स्वंयसेवकांसह मदत कार्याला जुंपले. दीन-दुःखी यांची सेवा

PRINCIPAL

करणे यालाच सुभाष आपला धर्म मानीत असत. बंगालच्या ब्रिटिश गर्व्हनरनेही त्यांच्या कामाचे कौतुक केले.

सी. ई. ओ. सुभाष

क़ोलकत्त्याचे महापौर म्हणून चित्तरंजन दास यांची निवड करणय़त आली तेव्हा त्यांच्या आग्रहावरून सुभाष यांना सी.ई.ओ. बनविण्यात आले. त्यांना आपला शिष्य आणि त्याची क्षमता यावर पूर्ण विश्वास होता.

सुभाष यांच्या उपस्थितीपुढे ब्रिटिश प्रशासन फिके पडले. सुभाष यांनी कोलकत्त्या अनेक सुधारणा घडवित कोलकत्याला एक स्वच्छ शहर बनविले.

चित्तरंजन दास यांनी त्यांना इशारा केला, की त्यांनी इंग्रजांच्या जास्त विरोधात जाऊ नये आणि हे अभियान सोडून द्यावे, पण सुभाष यांनी ऐकले नाही.

दहशतवादाचा आरोप

२५ऑक्टोबर १९२४ रोजी सुभाष यांच्यावर दहशतवादी कारवायात सहभागी असल्याचा आरोप करून त्यांना अटक करण्यात आली. त्यांच्या ऐंशी स्वंयसेवकांवरही हा आरोप करण्यात आला.

संतप्त होऊन चित्तरंजन दास यांनीही आपल्या महापौर पदाचा राजिनामा दिला. त्यांनी गटाच्या सदस्यांसोबत मोर्चा काढला आणि सुभाष यांच्या सुटकेची मागणी केली.

या दरम्यान सुभाष यांचा दहशतवादी कारवायात सहभाग असल्याचा

BOYCOTT
CLASSES

पुरावा शोधण्याचे काम प्रशासन करीत होते, पण त्यात त्यांना यश आले नाही.

या दरम्यान लोकांचा संताप वाढत होता. अधिकाऱ्यांनी सुभाष यांना अलीपूर तुरूंगातून कॉर्पोरेशनचे काम पाहण्याची परवानगी दिली.

सुभाषला मानसिक पातळीवर खच्ची करण्याचा त्यांचा डाव होता. सुभाष भावनिकरित्या संवेदनशील असल्याचे त्यांना माहीत झाले असावे.

मांडले तुरूंगात

२५ जानेवारी १९२५ रोजी इंग्रजानी आणखी एक चाल खेळली. सुभाष यांना बर्मा मधील मांडले तुरूंगात पाठविण्यात आले. तिथे अनेक स्वातंत्र्य सैनिक आधीपासूनच शिक्षा भोगीत होते.

एकदा इंग्लंडच्या तुरूंगाचे कमिशनर मांडलेला आले. त्यांनी सुभाष यांच्याशी बोलणी केल्यावर मान्य केले, की इतक्या खतरनाक कैद्याशी आपण यापूर्वी कधीही बोललो नाही.

१६ जून १९२५ रोजी कोलकत्यात चिंत्तरंजन दास यांचे निधन झाले. ही बातमी कळल्यावर सुभाष खूप रडले.

पुढच्याय वर्षी बंगालमध्ये राज्या परिषदेच्या निवडणुका झाल्या. सुभाष यांनी तुरूंगातूनच ही निवडणूक लढविली. ते खूप मोठ्या फरकाने कोलकत्याचे पार्षद म्हणून निवडून आले.

या विजयानंतर तरी सरकार त्यांना सोडून देईल, अशी लोकांना आशा होती; पण असे काही झाले नाही. लोकांच्या आशा आकांक्षाशी सरकारला काही देणे घेणे नव्हते. सुभाष तुरूंगातच राहिले.

उपोषण

सुभाष यांनी तुरूंगातच उपोषण सुरू केले. त्यामुळे ते इतके अशक्त झाले की त्यामुळे त्यांच्या प्राणावर बेतले होते.

थंडीच्या दिवसात ते खूप आजारी पडले. त्यांना ताप राहू लागला. त्यांना कौटुंबिक वातावरण मिळाले तर ते बरे होतील, असे वैद्यकीय अधिकाऱ्यांनी सांगितले. पण डॉक्टरांचा हा सल्ला खारीज करण्यात आला.

या दरम्यान सुभाष यांचे तुरूंगाच्या अधिकाऱ्यांशी वाजले. त्यामुळे त्यांची सुटका अधिकच अवघड झाली. सुदैवाने त्या अधिकाऱ्याची बदली झाली.

नवा सुप्रिटेंडंट त्यांच्याविषयी सहानुभूती बाळगीत होता. त्याने सुभाषची तब्येत सुधारेल, अशा एखाद्या तुरूंगात त्याला पाठविण्याची शिफारस केली. परिणामी सुभाषला अल्मोडा तुरूंगात पाठविण्यात आले. जो उत्तर प्रदेशातील डोगरी भागात होता.

सुभाष यांना कोलकत्ता जाणाऱ्या जहाजावर बसविण्यात आले. त्यांनी भारतात जावे, असे अधिकाऱ्यांना वाटत नव्हते. त्यांची वैद्यकीय तपासणी करण्यात आली आणि दार्जिलिंगमध्ये राहणाऱ्या गर्व्हनरला अहवाल पाठविण्यात आला. त्यांनी लगेच सुभाषंची सुटका करण्याचे आदेश दिले.

१६ मे १९२७ ला कोणतीही सुनावणीशिवाय अडीच वर्षे तुरूंगात काढल्यानंतर सुभाष यांची सुटका झाली.

कोलकत्याला परत

ही माहिती लोकांना कळल्यावर सर्वत्र आनंदाची लाट पसरली. डिसेंबर

१९२७ मध्ये मद्रासला काँग्रेसचे वार्षिक अधिवेशन झाले. सुभाष आणि नेहरू यांची जनरल सेक्रेट्री म्हणून निवड करण्यात आली.

सुभाष काँग्रेसमधील युवक आणि आक्रमक घटकांना एकत्रित करीत होते. त्यामुळे सर्वांच्या दबावापुढे पक्ष आव्हानात्मक धोरण स्वीकारेल.

याच काळात भारतातील प्रशासनात होणाऱ्या सुधारणाची पाहणी करण्यासाठी 'सायमन कमिशन' येणार होते.

काँग्रेसने सायमन कमिशनवर बहिष्कार घालण्याचे ठरविले. सुभाष आणि जवाहर यांनी विडा उचलला. लोकांनी त्यांना पुरेपूर सहकार्य केले.

गांधीजींची भेट

मे १९२८मध्ये गांधीजींना भेटण्यासाठी सुभाष साबरमती आश्रमात गेले. इंग्रजी सत्ता भारतातून उखडून टाकण्याचे नेतृत्व गांधीजींनी करावे, अशी त्यांची इच्छा होती. फक्त गांधीजीच हे काम करू शकतात, हे त्यांना माहीत होते. पण ही बोलणी यशस्वी होऊ शकली नाही आणि त्याच्यात मतभेद निर्माण झाले.

इंग्रजांचा थेट सामना करण्यासाठी सुभाष सज्ज होते. त्यांनी हजारो काँग्रेस कार्यकर्त्यांना प्रशिक्षण दिले होते. एकदा तर काँग्रेस सत्रात ते आपल्या गणवेशातील सैन्यासह आले. ते स्वतः कमांडर इन चीफच्या पोषाखात होते.

स्वशासनासाठी 'न'

३१ ऑक्टोबर १९२९ रोजी व्हाईसरायने भारतासाठी 'कोलोनिअल सेल्फ रूल' ची घोषणा केली. कॉंग्रेस पक्षाने औपचारिक स्वरूपात याचे

स्वागत केले. सुभाष यांनी याचा विरोध केला. कर्मचारी, शेतकरी आणि गरीब यांच्या हिताचा हा निर्णय नाही, असे त्यांना वाटले. त्यांनी 'काँग्रेस लोकतांत्रिक दल' ची स्थापना केली.

हे दल लवकरच लोकांमध्ये लोकप्रिय होऊ लागले. लोकांना इंग्रजांच्या जोखडातून मुक्त करणे हाच या दलाचा उद्देश होता.

तुरुंगात बंदी आणि जखमी

२३ जानेवारी १९३० ला सुभाष यांच्या नेतृत्वाखाली एक मोर्चा काढण्यात आला. त्यामुळे अधिकारी नाराज झाले. सुभाष शेतकरी आणि कामगार यांना भडकवित असल्याचे त्यांना वाटले.

त्याच दिवशी अटक करून एका वर्षासाठी तुरूंगात पाठविण्यात आले.

एके दिवशी कशावरून तरी तुरूंगातील अधिकारी आणि कैदी यांच्यात मारामारी झाली. त्यात सुभाष गंभीररित्या जखमी झाले.

कोणतेही उपचार किंवा मदत याच्याशिवाय ते तासभर बेशुद्धावस्थेत पडून राहिले. काही लोकांनी तर त्यांचे निधन झाल्याची अफवा पसरवली. शेवटी सप्टेंबर महिन्यात त्यांची सुटका करण्यात आली.

सुटका झाल्यावर सुभाष देशव्यापी दौऱ्यावर निघाले. इंग्रजांच्या विरोधात लोकांना संघटीत करण्याचे काम करू लागले.

कराचीत भव्य स्वागत

गांधी आयर्विन कराराला मान्यता देण्यासाठी करीचत काँग्रेसचे अधिवेशन झाले. गांधीजी रेल्वेतून उतरले तेव्हा तरूणांनी त्यांचे स्वागत काळे झेंडे दाखवून केले.

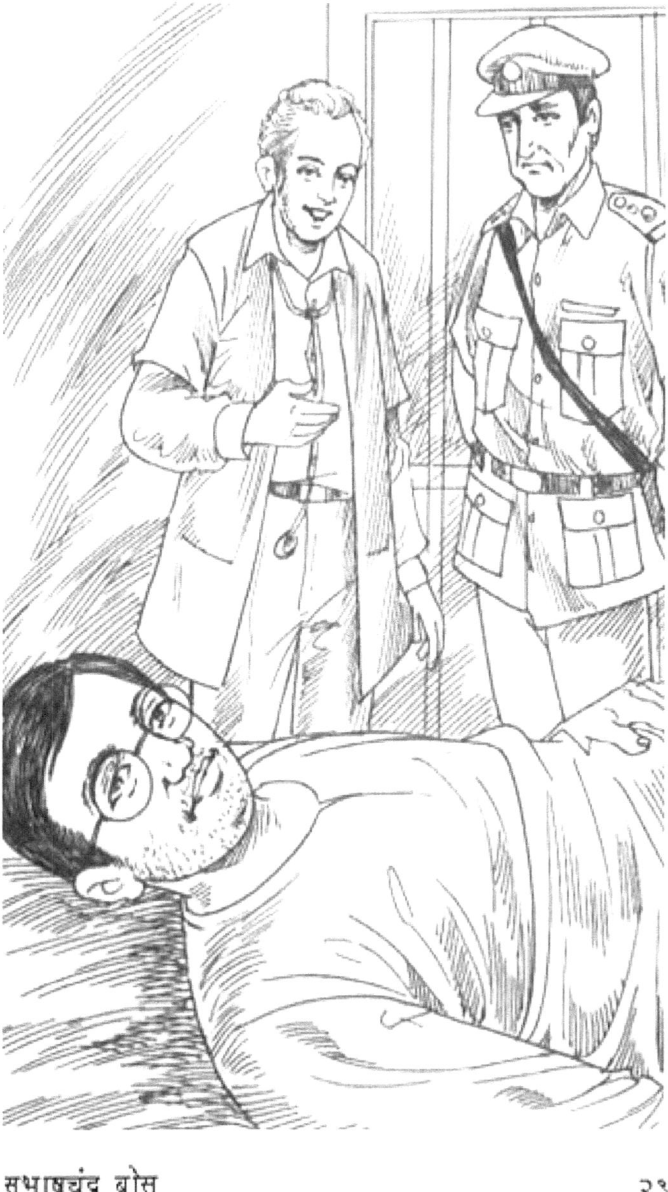

सुभाषही कराचीला निघाले होते. भगत सिंग, सुखदेव आणि राजगुरू यांना फाशी दिल्याची बातमी त्यांना रेल्वेत कळाली तेव्हा ते खूप दुखी झाले. कराचीत त्यांचे जोरदार स्वागत करण्यात आले. ते क्रांतिकारकांचे समर्थक होते. त्यांनी भारतासाठी संपूर्ण स्वातंत्र्याची मागणी केली. देश स्वातंत्र्य झाल्यावर एक सामाजिक गणराज्य असेल, अशी त्यांची अपेक्षा होती. त्यांनी क्रातिकारी शहिदांना विनम्र श्रद्धांजली अर्पण केली.

सविनय कायदेभंग पुन्हा सुरू

१ जानेवारी १९३२ रोजी सविनय कायदेभंग पुन्हा सुरू झाले.

२ जानेवारी रोजी सुभाष यांना अटक करण्यात आली. ४ जानेवारी रोजी गांधीजी आणि सरदार पटेल यांनाही अटक करून तुरूगात टाकले.

१७ ऑगस्ट १९३२ ला ब्रिटिश पंतप्रधानांनी 'कम्युनल अॅवार्ड' ची घोषणा केली. त्यामुळे हरिजनांसाठी एक वेगळा मतदारसंघ मिळाला असता. त्यामुळे गांधीजी नाराज झाले. त्याला विरोध करण्यासाठी त्यांनी अमरण उपोषण सुरू केले. त्या आधी सुरू असलेले आंदोलन ठप्प झाले. या दरम्यान सुभाष आजारी पडले.

अधिकाऱ्यांनी त्यांच्या आजाराचे निमित्त करून त्यांना भारतापासून दूर युरोपात पाठविण्याचा निर्णय घेतला. २३ फेब्रुवारी १९३३ रोजी त्यांना एका जहाजावर बसविण्यात आले.

युरोप प्रवास

सुभाष युरोपात चार वर्षे राहिले. त्यांची प्रकृती हळूहळू सुधारत होती.

त्या बरोबरच त्यांच्या राजकीय हालचालीही सुरू होत्या. त्यांनी अनेक देशांचा प्रवास केला. काँग्रेसच्या राजकारणा पलिकडे जाऊन भारतीय स्वातंत्र्याशी संबंधित नवीन शक्यतांचा शोध घेतला.

पहिल्या महायुद्धात पराभव झाल्यामुळे जर्मनीची स्थिती वाईट झाली होती आणि तो अनेक वर्षांपासून संघर्ष करीत आला होता. १९३५ साली हिटलर जर्मनीचा हुकुमशहा बनला.

सुभाष ६मार्च १९३३ ला इटलीत पोहचले. तिथे असलेल्या भारतीय पत्रकारांनी त्यांचे जोरदार स्वागत केले. त्यांनी तिथेही भारताच्या स्वातंत्र्यासाठी प्रचार केला.

याच काळात सरदार पटेल यांचे मोठे भाऊ विठ्ठलभाई पटेलही स्वित्झर्लॅंडमध्ये होते. सुभाष त्यांना भेटायला गेले. पटेल यांनी त्यांची आयरिश नेत्याशी भेट घालून दिली. जे दीर्घ काळापासून आयर्लॅंडच्या स्वातंत्र्यासाठी संघर्ष करीत होते.

सुभाष यांनी युरोपीय देशातील अनेक सत्ताधाऱ्यांशी संपर्क साधला आणि त्यांच्यासमोर भारतीय स्वातंत्र्याचा प्रश्न उपस्थित केला. त्यांनी त्या देशातील राजकीय परिस्थिती तसेच सामाजिक कल्याणाच्या कायद्यांचा अभ्यास केला.

सुभाष मुसोलिनीला भेटले तेव्हा त्याने विचारले, “तुमचा क्रांतिवर विश्वास आहे, की सुधारणावर?”

सुभाष यांनी बिनधास्तपणे सांगितले, “माझा क्रांतिवर विश्वास आहे.”

मुसोलिनी हासून म्हणाला, “मग भारताला स्वातंत्र्य मिळाल्याशिवाय राहणार नाही.”

लेखक सुभाष

व्हियना प्रवास करीत असताना सुभाष यांनी 'द इंडियन स्ट्रगल' नावाचे पुस्तक लिहिले. ते नोव्हेंबर १९३४ मध्ये प्रकाशित झाले. हे पुस्तक तयार करण्यासाठी त्यांच्या स्वीय सहाय्यकाची मुलगी मिस एमिली शैंकिल हिने खूप मदत केली.

याच काळात सुभाष यांना आपले वडील जानकीनाथ बोस गंभीर आजारी असल्याचे कळले. ते भारतात जाण्यासाठी निघाले. ते कराचीला पोहचले नाहीत तोच त्यांच्या वडिलांचे निधन झाले. त्यांनी वडिलांच्या अंत्यसंस्कारात भाग घेतला. त्यांना परत युरोपात पाठविण्यात आले.

ते अनेक राजकीय गटाच्या नेत्यांना भेटले. ते भारताला स्वातंत्र्य मिळवून देण्यासाठी काय मदत करू शकतात, याबाबत त्यांच्याशी चर्चा केली. त्यांनी इंग्रजाचे शोषण आणि अत्याचाराची पोल खोलणारे लेख लिहिले आणि भाषणे दिली.

स्वित्झर्लंडमध्ये नेहरूंची भेट

याच काळात नेहरूही आपल्या आजारी पत्नीवर उपचार करण्यासाठी तिथे आले होते. कमलाला एका स्वीस इस्पितळात दाखल करण्यात आले होते. सुभाष यांनी त्या दोघांची भेट घेतली. त्यांनी नेहरूंसोबत भारतातील राजकीय परिस्थिती आणि भावी शक्यतांवर विस्ताराने चर्चा केली. २४ जानेवारी १९३६ ला कमला यांनी शेवटचा श्वास घेतला तेव्हा दोन्ही नेते तिथेच होते.

सुभाष भारतात परत येण्यासाठी अतूर होते. मित्र आणि समर्थक यांचीही तशीच इच्छा होती. पण नेहरू यांचे असे म्हणणे होते, की त्यांनी

आपली प्रकृती सुधारण्यासाठी आणखी काही काळ युरोपातच रहायला हवे. सुभाष यांनी ऐकले नाही. त्यांनी धोका पत्करण्याची तयारी दाखविली.

नेहरू यांनी परत येऊन सुभाष परत येत असल्याची बातमी दिली.

नजरकैदेत

मुंबईत आल्यावर लगेच सुभाष यांना अटक करण्यात आली. यामुळे संपूर्ण देशात वादळ उठले. नेहरूंनीही याची निंदा केली. देशभर याच्या विरूद्ध निदर्शने करण्यात आली.

जनतेचा हा विरोध पाहून सुभाष यांची सुटका करण्यात आली. कर्सियांग डोंगरात असलेल्या त्यांच्या भावाच्या घरात त्यांना नजर कैदेत ठेवण्यात आले. ते तिथे सात महिने राहिले. त्यांची तब्येत बिघडल्यावर त्यांना कोलकत्ता मेडिकल कॉलेजमध्ये दाखल करण्यात आले. त्यांची तब्येत सतत बिघडत राहिल्यामुळे त्यांची सुटका करण्यासाठी दबाव वाढत होता.

शेवटी १७ मार्च १९३७ रोजी त्यांची सुटका करण्यात आली. नंतर काही दिवसांनी ते कोलकत्यात आपल्या भावासोबत राहून लागले.

एमिली शैंकिलसोबत विवाह

ते कोलकत्ता येथे भरलेल्या कॉंग्रेस अधिवेशनात सहभागी होऊ शकले नाही. १८ नोव्हेंबर १९३७ रोजी ते युरोपला रवाना झाले. तिथे गेल्यावर त्यांनी दहा दिवसांत 'ॲन इंडियन पिलग्रिम' नावाचे पुस्तक लिहिले.

मागच्या प्रवासाच्या वेळी त्यांचा एमिलीशी चांगलादाट परिचय झाला होता. ते दोघे एक दुसऱ्यावर प्रेम करू लागले होते. त्यांनी हिंदू पद्धतीने विवाह केला आणि ते दोघे एकत्र राहू लागले. त्यांनी एक महिना सोबत घालविला.

सुभाष आपल्या पत्नीसोबत जास्त काळ घाल्वू शकले नाहीत. कारण त्यांना देश त्यांना साद घालीत होता. ८ जानेवारी १९३८ रोजी ते इंग्लंडला गेले. या दरम्यान त्यांच्या अनुपस्थित काँग्रेसने अध्यक्षांची निवड केली.

इंग्लंडमध्ये असताना सुभाष अनेक नेत्यांना भेटले. त्यांच्यामुळे ते विशेष प्रभावित झाले.

काँग्रेस अध्यक्ष म्हणून

सुभाष २४ जानेवारी १९३८ रोजी भारतात परत आले. काँग्रेस कार्यकर्त्यांनी त्यांचे कोलकत्यात जोरदार स्वागत केले. गुजरात मधील हरिपूर येथे काँग्रेसचे अधिवेशन होणार होते. सरदार पटेल त्याचे आयोजक होते.

सुभाष रेल्वने बार्डोलाल पोहचले तेव्हा पटेल यांनी त्यांचे स्वागत केल. त्यांना स्टेशनवरून फुलाने सजविलेल्या कारमधून आणण्यात आले. पुढे गेल्यावर त्यांची रथातून मिरवणूक काढण्यात आली. त्यांची ही मिरवणूक समेलंन स्थळी पोहचली.

काँग्रेसचे अध्यक्ष म्हणून सुभाष यांनी नेहमी इंग्रजी सत्तेविरूद्द आक्रमक धोरण अवंलंबविले होते. त्यांचा अहिंसेवर जास्त विश्वास नव्हता. सुभाष सर्व काँग्रेसचे सैनिकीकरण करीत आहेत, असे गांधीजींना वाटत होते.

गांधीजींच्या उमेदवाराचा पराभव

सुभाष यांना आणखी एका सत्रासाठी कॉंग्रेसचे अध्यक्ष व्हायचे होते. यामुळे गांधीजी सजग झाले. कॉंग्रेस जास्त काळ सुभाष यांच्या नेतृत्वाखाली राहिली तर कॉंग्रेस आपले मुलभूत नियम विसरेल, अशी गांधीजींना भीती वाटत होती. त्यांनी आपल्या समर्थकांशी सल्ला मसलत केली. आधी त्यांनी मौलाना अब्दुल कलाम आझाद यांना उभे करायचे ठरविले; पण त्यांनी माघार घेतल्यावर अध्यक्षपदासाठी पट्टाभिसीतारामय्या यांचे नाव पुढे करण्यात आले.

काही जेष्ठ नेत्यांनी सुभाष यांना असा सल्ला दिला, की त्यांनी गांधीजींनी निवडलेल्या उमदेवारासाठी माघार घ्यावी. सुभाष तयार झाले नाहीत.

सुभाष यांनी सीतारामय्या यांना प्रचंड मतांनी पराभूत केले. हा जणू गांधीजी यांचाच पराभव होता. त्यांनी आपला पराभव मान्य केला आणि सुभाष यांनी आपल्या मर्जीनुसार कार्यकारिणी तयार करावी, असे सांगितले. अर्थात गांधीजींच्या पाठिंब्याशिवाय कॉंगेसमध्ये टिकणे शक्य नव्हते. २२ फेब्रुवारी १९३९ रोजी कॉंग्रेस कार्यकारिणीच्या सर्व सदस्यांनी राजिनामे दिले.

कॉंग्रेसचे त्रिपुरा अधिवेसन खूप तणावपूर्ण राहिले. गांधीजी आणि त्यांच्या समर्थकांनी या अधिवेशनावर बहिष्कार टाकला.

सुभाष यांनी गांधीजींशी जुळवून घ्यायचे ठरविले: पण गांधीजींनी ऐकले नाही. अशा परिस्थितीत सुभाष यांनी कॉंग्रेस अध्यक्षपदाचा राजिनामा दिला.

फॉरवर्ड ब्लॉकची स्थापना

इतके सारे झाल्यावरही सुभाषच्या उत्साहात काही उणिव निर्माण झाली नाही. त्यांनी फॉरवर्ड ब्लॉकची स्थापना केली. या दलाने आपले ध्येय आणि उद्दिष्ट याचा प्रचार करण्यासाठी सर्व देशभर सभांचे आयोजन केले.

या हालचालींनी काँग्रेसला अस्वस्थ केले. सुभाष यांच्यावर शिस्त मोडल्याचा आरोप करण्यात आला आणि पुढील तीन वर्षे ते कोणत्याही निवडून आलेल्या समितीचे सदस्य होऊ शकणार नाहीत, असे जाहीर करण्यात आले. त्यांना बंगाल काँग्रेस समितीच्या अध्यक्षपदावरूनही काढून टाकण्यात आले.

याच काळात दुसरे महायुद्ध सुरू झाले. भारताच्या व्हाईसरॉय यांनी जर्मनीसोबत युद्धाची घोषणा केली. काँग्रेसने त्यांना विरोध केला आणि भारताला या युद्धात ओढण्याचा व्हाईसरॉयला काही अधिकार नसल्याचे सांगितले.

सरकारच्या या धोरणाला विरोध करणे, हे काँग्रेसचे धोरण असल्याचे गांधीजींनी सांगितले. या युद्धानंतर भारताला स्वातंत्र्य देण्यास ब्रिटन तयार असेल, तर त्यांना सोबत केली जाऊ शकते, पण त्याचा स्वीकार केला जाऊ शकत नाही, असे काँग्रेसने जाहीर केले.

सुभाष यांची योजना

या काळात ब्रिटनची स्थिती अवघड होती आणि अशा वेळी त्यांना जखमी करून फायदा घेतला जाऊ शकतो, असा सुभाष यांचा विचार होता. त्यांनी देशातील लोकानाही समजावून सांगितले, की इंग्रजी सत्ता

उखडून टाकण्यासाठी ही सुवर्ण संधी भारताने सोडता कामा नये.

ते गांधीजींनाही भेटले आणि इंग्रजांच्या विरोधात आंदोलन सुरू करायला सांगितले; पण गांधीजी ऐकले नाहीत.

सुभाष यांनी स्वतःच कोलकत्यात इंग्रजाविरूद्ध युद्ध सुरू करण्याची तयारी केली. ३ जुलै १९४० रोजी उभारायला सुरूवात केलेले हॉल वॅल मेमोरिअल तोडून टाकण्याची सुभाष यांनी घोषणा केली.

सुभाष यांची घोषणा ऐकल्यावर इंग्रज अधिकाऱ्यांनी त्यांना लगेच अटक करून तुरूंगात टाकले. यावेळी त्यांना आजन्म कारावासाची शिक्षा देण्यात आली. कोणत्या ना कोणत्या कारणाने सुभाष यांना तुरूंगात कैद करून ठेवायला हवे, असे इंग्रज अधिकाऱ्यांना वाटते होते. याच कारणामुळे त्यांच्याशी संबंधित असेलेली मागील सर्व प्रकरणे उकरून काढण्यात आली.

उपोषण आणि नजरकैद

२९ नोव्हेंबर १९४० रोजी सुभाष यांनी उपोषण सुरू केले. दोन दिवसांतच त्यांची तब्येत इतकी बिघडली की ते मरणासन्न झाले.

सुभाष यांची तब्येत लक्षात घेऊन त्यांची सुटका करण्यात आली. त्यांना कोलकत्ता येथील त्यांच्या पारंपरिक घरात राहण्याची परवानगी देण्यात आली. तिथेही त्यांना नजरकैदेत ठेवण्यात आले.

त्यांच्या विरूद्ध सुनावणी सुरू झाली. पण त्यांच्या वकिलांनी आपल्या अशिलाच्या ढासळत्या प्रकृतीचा हवाला देत तारीख पुढे ढकलली.

सुभाष आता देश सोडण्याचा गंभीरपणे विचार करीत होते. इंग्रज

अधिकारी आपल्याला बाहेर जाऊ देणार नाहीत, असे त्यांना वाटत होते. तसेच आता भारतीय नेत्यांकडूनही काही पाठिंबा मिळण्याची शक्यता नव्हती. इंग्लंडच्या विरोधात युद्धाची घोषणा करणाऱ्या सैन्यात सामील होण्याचा ते विचार करू लागले.

आता सुभाष यांनी बाहेरील लोकांना भेटणे बंद केले. ते घरातच राहू लागले. अध्यातिमक कारणामुळे त्यांना एकांत प्रिय असल्याचे दाखविण्यात येत होते. ते अंथरूणातच पडून असल्याचीही अफवा होती.

त्यांनी दाढी करणे सोडून दिले होते. त्यांच्या खोलीत जाण्याची कोणालाही परवानगी देण्यात येत नव्हती. त्यांना एका खिडकीतूनच जेवण देण्यात येत होते. त्यांची खोली म्हणजे जणू एखादा रहस्यमय पिंजरा झाला होती.

वास्तविक पाहता सुभाष यांनी देश सोडण्याची योजना आखली होती. जानेवारी १९४१ मध्ये देश सोडण्याची त्यांनी तयारी केली होती.

त्यांचे पळून जाणे

एका योजनेनुसार १० जानेवारी १९४१ रोजी त्यांचा भाचा ठरलेल्या ठिकाणी एक कार घेऊन पोहचला. सुभाष यांनी कुटुंबियासोबत जेवण केले आणि नंतर ते पठाणी वेषात घराच्या मागील दरवाजाने बाहेर पडले. लांब दाढी मिशामुंळे ते पठाणच वाटत होते. ते गाडीत बसले. त्या गाडीत त्यांचा भाचा शिशिरनाथ आधीपासून उपस्थित होता.

सुभाष गुपचूपपणे मागील सीटवर जाऊन बसले. ते काहीही बोलले नाहीत. सर्व काही आधीच ठरविले होते. सर्व रात्रभर कार चालत होती.हे

लोक धनाबाद जवळील 'बराई' ला जाऊन पोहचले.

तिथे शिशीरचा मोठा भाऊ रहात होता. त्याचे नाव होते अशोकनाथ बोस. सुभाष यानी पूर्ण दिवस त्याच्या बंगल्यातच घालविला. दुसऱ्या लोकांना त्यांची ओळख विमा एजंट म्हणून करून देण्यात आली.

अंधार पडल्यावर दोघे भाऊ आपल्या काकासोबत कारमधून गोमाह रेल्वेस्टेशनवर जाऊन पोहचले. तिथून सुभाष यांनी एन. डब्ल्यू. एफ. पी,साठी रेल्वे पकडली.

शिशीर यांनी कोलकत्याला परत येऊन सुभाष गायब झाल्याची सुचना दिली. सुभाष याना २७ जानेवारी रोजी न्यायालयात हजर रहायचे होते. इंग्रज अधिकाऱ्यांत खळबळ माजली. सुभाष आपल्याला धोका देऊन पळून गेल्याचे त्यांना कळले होते.

पेशावरमध्यें

इतक्या वेळात सुभाष पेशावरला गेले होते. ते मुका आणि बहिरा पठाण मुहम्मद जियाउद्दीन या नावाने वावरत होते. त्यांना कोण ओळखू शकणार होते?

सुभाष यांनी बाहेरून टांगा ठरविला आणि टांगेवाल्याच्या हातात एक कागद दिला. त्यावर लिहिले होते, 'ताजमहल हॉटेल'. सुभाष एकटे नव्हते. त्यांचा विश्वासू सोबतीअकबर दुसऱ्या टांग्यातून मागे येत होता. अकबर रेल्वेमधून मुक्या बहिऱ्या काकाचा पुतण्या होऊन सोबत आला होता.

सुभाष हॉटेलमध्ये एक दिवस थांबले. मग त्याना फॉरवर्ड ब्लॉकचे स्थानिक सदस्य भगतराम यांनी एका भाड्याच्या घरात ठेवले.

त्या घरातच अशी योजना आखण्यात आली, की सुभाष यांना अफगाणिस्थानात कसे पाठवावे. याच गोंधळात आणखी एक आठवडा गेला. त्यांच्यासाठी तिथून लवकरात लवकर निसटण्यातच भलेपणा होता.

काबूलच्या दिशेने

२६ जानेवारी १९४१ रोंज भगतराम आणि सुभाष दोन विश्वासू सोबत्यांसह काबूलला रवाना झाले. भगतराम रहमत खानच्या वेशात होते. सुभाष त्याचा काका जियाउद्दीन झाले होते. वाटेत भेटणाऱ्या लोकांना ते सांगत होते, की ते आपल्या काकाला तीर्थस्थळी घेऊन जात आहेत.

ते जामरूदला पोहचले. तिथून कबिलाई प्रदेश सुरू होत होता. तिथून अकरा मैल अंतरावरील खुजरी मैदनावर शिपायांचा तंबू होता. हा अफगाणीस्थान आणि ब्रिटिश भारत यांच्यामधील प्रतिबंधित एरिया होता. येथून सोबत आलेल्या लोकांना परत पाठविण्यात आले.

मध्यरात्रीच्या सुमारास पुश्कन मिया गावात पोहचले. त्यांनी रात्र तिथेच काढली. दुसऱ्या दिवशी ते दुसऱ्या गावासाठी रवाना झाले.

२८ जानेवारी रोजी मध्य रात्रीच्या सुमारास ते अफगाण सीमेजवळ पोहचले. भगतराम यांनी दोन खेचरे घेतली. त्यावर स्वार होऊन ते बर्फाची घाटी पार करून अफगाण देशात पोहचले.

मग त्यांनी गढी गावात विश्रांती घेऊन पुढे निघाले. हा प्रवास धोकेदायक होत चालला होता. लोक त्यांना संशयाने पाहत आणि त्याना अनेक प्रकारचे प्रश्न विचारीत असत.

ते काबूल हाय वे वर पोहचले तेव्हा भगतराम यांनी ट्रकवाल्यांकडून लिफ्ट मागण्याचा प्रयत्न केला. कोणीही लिफ्ट देत नव्हते. शेवटी एका दयाळू ट्रकवाल्याने त्यांना जलालाबाद येथे नेऊन पोहचविले.

तिथून त्यांनी चौकी पार केली आणि एका टांग्यातून काबूल गाठले. तिथे ते एका धर्मशाळेत थांबले. दुसऱ्या दिवशी त्यानी परदेशी दुतावासाशी संपर्क साधण्याचा प्रयत्न केला.

एका इटालियन मंत्री काबूलला आल्यावर सुभाष कसे तरी त्याची भेट घेण्यात यशस्वी झाले. मंत्र्याने या बाबतीत एक अहवाल रोमला पाठविला.

जर्मनी आणि इटली सुभाष याना आपल्या देशात बोलावण्यासाठी राजी होते. सुभाषला येथपर्यंत येण्यासाठी मदत करण्याची त्यांनी रशियाला विनंती केली. एका जर्मन इंजिनिअरने सुभाष यांची भेट घेतली. तो आपल्या कारमधून त्यांना समरकंद, ट्रेनने मास्कोला आणि तिथून हवाई मार्गे बार्लिनला घेऊन गेला. कठोर संघर्ष केल्यानंतर सुभाष त्यांना जिथे जायचे होते, त्या ठिकाणी जाऊन पोहचले.

आझाद हिंद सेना

सुभाष यांनी आझाद हिंद सेनेची स्थापना केली. जर्मनीने रशियावर हमला केला होता. त्यांनी जर्मनीच्या ताब्यात असलेल्या रोम आणि पैरिसमध्ये सैना कॅम्प लावले होते. अशा प्रकारे ३००० लोकांची मजबूत आणि शक्तिमान आझाद हिंद सेना समोर आली.

जर्मनीने आपले दोन विश्वासू अधिकारी सुभाष याना मदतीसाठी दिले होते. ते ॲडाल्फ हिटलर यांचे विश्वासू होते. त्यांच्या समर्पित सहकार्याची सुभाष नेहमी स्तुती करीत असत.

इंग्रजांना भारताच्या बाहेर काढण्यासाठी सुभाष खूप उत्साहित झाले होते. ध्येय अजून खूप दूर होते. या व्यस्ततेमुळे ते आपल्या कुटुंबियांनाही भेटू शकत नव्हते. त्या काळात त्यांचे कुटुंब तिथेच होते.

हिटलरच्या नावे पत्र

सुभाष यांना हिटलरचा विश्वास जिंकायचा होता. या पत्रात त्यांनी लिहिले होते, की हे युद्ध जिंकण्यासाठी भारत कशा प्रकारे धुरी देशांना मदत करू शकते. हिटलरने त्यांना काही उत्तर दिले नाही.

दुसऱ्या पत्रात त्यानी लिहिले की जर्मनी आणि इटलीने भारताला इंग्रजाच्या सत्तेपासून मुक्त केले, तर स्वतंत्र भारत या प्रक्रियेसाठी येणारी सर्व मदत भारत स्वातंत्र्यानंतर परत करेन.

यालाही काही प्रत्युत्तर मिळाले नाही तेव्हा त्यांनी तिसऱ्या पत्रात हिटलर यांना सल्ला दिला, की त्यांनी ब्रिटिश कमांडोवर हल्ला करायला हवा. मग ते भारतात असले तरीही. यावेळीही जर्मनीच्या हुकूमशहाने काहीही उत्तर दिले नाही.

हिटलरवर दबाव आणण्यासाठी सुभाष मुसोलिनी याला भेटण्यासाठी इटलीला गेले. मुसोलिनी यांनी भारताविषयी सहानुभूतीपूर्वक धोरण स्वीकारले. अर्थात त्यालाही भारताच्या स्वातंत्र्याविषयी काही देणे घेणे नव्हते.

यानंतर सुभाष पुन्हा बार्लिनला परत आले तेव्हा बदलणारी परिस्थिती

पाहून ते आश्चर्यचकीत झाले. जर्मनी प्रतिसाद देत होता आणि आता हिटलरही नकारात्मक राहिला नव्हता.

भारतात सुभाष विरूद्ध प्रचार

सुभाष यानी शत्रू राष्ट्रांशी हातमिळविणी केली असून त्यांनी बार्लिन रेडिओवरून भारतीयांच्या नावे विद्रोही संदेश प्रसारित केला असल्याचे इंग्रजांना कळले तेव्हा भारत सरकारने त्यांच्या विरूद्ध प्रचार करायला सुरूवात केली. या मोहीमेत त्यांनी कॉंग्रेस नेत्यांनाही सामील करून घेण्याचा प्रयत्न केला, पण त्यात त्यांना यश आले नाही.

या दरम्यान जर्मनीने डेन्मार्कवर हल्ला केला. तिथून इंग्रजांना हाकलून लावले. ब्रिटनमध्ये विस्टंन चर्चील इंग्लंडची धुरा सांभाळत होते. त्यांना कॉंग्रेसशी मैत्री करायची होती.

कॉंग्रेसने युद्धात इंग्लंडला मदत करण्यासाठी दोन अटी घातल्या. चर्चील एक गर्विष्ठ इंग्रज होता. भारताला स्वातंत्र्य देण्याची अट त्याने मान्य केली नाही.

जपान विरूद्ध ब्रिटनची युद्धाची घोषणा

या दरम्यान ब्रिटनने जपानविरूद्ध युद्ध सुरू केले. त्यांची साधने घटत चालली होती. भारताला स्वातंत्र्य द्यावे यासाठी अमेरिका भारतावर दबाव टाकीत होता.

जर्मनीने सुभाष यांना शॉर्ट वेव्ह रेडिओवरून संदेश प्रसारित केल्यावर आझाद हिंद सेनेच्या स्थापनेसाठी मदत केली. सात महिन्याच्या कठोर परिश्रमानंतर बार्लिन येथे आझाद हिंद सेनेची स्थापना झाली.

सुभाष यांनी केलेल्या आवाहनानुसार अफ्रिकेत इंग्रजी सैन्यासाठी लढणारे ४५०० भारतीय शिपाई आपला पक्ष बदलून जर्मन सैन्यात सामील झाले. यामुळे जर्मनीच्या दृष्टिने सुभाष खूप महत्त्वाचे झाले. सुभाषचा आपल्या देशावर खूप प्रभाव असल्याचे हिटलरलाही वाटू लागले.

रेडिओ बार्लिनवरून भारतीयांच्या नावे सुभाष यांचे संदेश सातत्याने प्रसारित होत होते. देशापासून दूर राहूनही देशाच्या स्वातंत्र्यासाठी काय करात येते ते लोकांना सांगत होते.

रास बिहारी बोस यांच्याशी संपर्क

या काळात जपानमधील भारताच्या स्वतंत्रविषयक प्रयत्नाला वेग आला होता. १९१५ साली भारतीय क्रांतिकारक इंग्रज पोलीसांपासून आपला बचाव करण्यासाठी जपानला गेले होते. तेव्हापासून ते एका स्थानिक युवतीशी विवाह करून तिथेच राहत होते. भारतीय क्रातिकारकांशी त्यांचा अजूनही संपर्क होता.

जपानने यू.एस.एचया पर्ल बंदरावर अचानक हल्ला करून दुसऱ्या महायुद्धात आपला सहभाग नोंदिवला होता. त्यांच्या सैन्याने दक्षिण अशियायी देशांवर हल्ला केला होता.

रास बिहारी बोसही अनुकूल परिस्थिती पाहून सक्रिय झाले होते. जपानच्या सैन्याने असे अनेक भारतीय सैनिक पकडले होते, जे इंग्रजांसाठी लढत होते. रास बिहारी बोस यांनी स्थानिक भारतीय आणि अशा सैन्याला एकत्र करून 'इंडियन इंडिपेंडस लीग' ची स्थापना केली होती. जपानी लोकांनी त्यांना सैनिकी प्रशिक्षण देण्यासाठी मदत केली होती.

कॅप्टन मनमोहनसिंग सैन्याचे कमांडर होते. सिंगापूरसाठी युद्धातील

इंग्रज सैन्यातील ४०,००० भारतीय सैनिक जपानी सैनिकासमोर शरण आले होते. तेही या सैन्यात सामील झाले.

सुभाष यांनी या सैन्याचेही नेतृत्व करावे, अशी रास बिहारी बोस यांची इच्छा होती. त्यांनी सुभाष यांना जपानला येण्याचे निमंत्रण दिले.

जपानला जाण्यापूर्वी सुभाष यांना हिटलरला भेटायचे होते. खूप विनंती केल्यावर हिटलर भेटीसाठी तयार झाला होता. या युद्धानंतर भारताला स्वतंत्र घोषित करावे, असे सुभाष यांनी हिटलरला सांगितले; पण हिटलर तयार झाला नाही. तो आता भारतीयांविषयी निश्चिंत नव्हता.

व्हियतनाममध्ये मुलीची भेट

या दरम्यान एमिनीने सुभाष यांच्या मुलीला जन्म दिला होता. सुभाष व्हियतनामला जाऊन मुलगी आणि पत्नीला भेटले. जर्मन युद्धरत होते. जमिन आणि आकाश हे दोन्ही मार्ग असुरक्षित होते. इटलीला जाणे खूप धोकादायक झाले होते. त्यामुळे जपानला जाणे स्थगित होत होते.

जानेवारी १९४३ रोजी सुभाष यांनी आपल्या पत्नीला बार्लिन येथे भेटण्यासाठी सांगितले. तिथे ते सैन्याचे काम सांभाळत होते. तिथून जाण्याची तयारी करीत होते.

ज़र्मनीच्या बाहेर

जापानी जर्मनीवर दबाव टाकीत होते, की सुभाष यांना त्यांच्याकडे

पाठविण्यात यावे. ते या भारतीय नेत्यांची शक्ती ओळखून होते. सुभाष यांच्या मदतीने ते इंग्रजांना दाबू शकत होते.

सुभाष यांनी पाणबुडीच्या मार्गाने जपानला पाठविण्यासाठी जर्मन तयार झाला. आपल्या सैन्याचे नेतृत्त्व विश्वासू लोकांवर सोपवून जपानला रवाना झाले.

आपल्या सहाय्यकासह ते कील हार्बरला पोहचले. तिथे त्यांना ८ फेब्रुवारी १९४३ रोजी यु-१९० पानडुबीमध्ये बसविण्यात आले. चार महिने पाणबुडी शत्रुंपासून बचाव करीत करीत पूर्वेकडे जात होती. ती त्यांना घेऊन ते मॅडागास्कर येथे घेऊन गेले. पुढचा प्रवास त्यांनी जापानी पाणबुडीतून केला. ६ मे १९४३ रोजी ते जापानी किनाऱ्यावर पोहचले.

सुभाष जपानमध्ये

सुभाष यांना विमानाने टोकियोला नेण्यात आले. टोकियोमध्ये ते जनरल तेजो यांना भेटले. त्यांचे व्यक्तिमत्त्व आणि आत्मविश्वास पाहून ते खूप प्रभावित झाले.

१६जून १९४३ रोजी सुभाष यांनी जपानच्या संसदेत सहभाग घेतला. भारताच्या स्वातंत्र्यासाठी जपानच्या भूमिकेचा प्रश्न त्यांनी उपस्थित केला. जपान सरकारने शक्य ती सर्व मदत करण्याचे आश्वासन देत सुभाष यांचा सन्मान केला.

आझाद हिंद सेना आणि नेताजी

सुभाष सिंगापूरला पोहचल्यावर रास बिहारी बोस यांनी त्यांचे स्वागत केले. त्यासाठी एक सभा आयोजित केली. त्यांनी भारतीयांच्या समोर

सुभाष यांना 'नेताजी' म्हणून संबोधले.

नेताजी याना इंडियन नॅशनल आर्मीचे नेतृत्त्व आणि इंडियन इंडिपेंडस लीगचे अध्यक्षपद देण्यात आले.

नेताजी सैन्याचे कमांडर इन चीफ झाले. तिला आझाद हिंद सेना नाव दिले गेले. तेव्हापासून ते नेहमी कमांडरच्या वेशात राहू लागले.

या सैन्यात ४०,००० सिपायांसह 'राणी झाशी रेजिमेंट' नावाची ए महिलांची तुकडी होती. यात १०० महिला शिपाई होत्या. त्यांचे नेतृत्त्व कॅप्टन लक्ष्मी सहगल सांभाळित होत्या.

आझाद हिंद फौजेत चार ब्रिगेड होत्या. नेहरू ब्रिगेड, गांधी ब्रिगेड, आझाद ब्रिगेड आणि सुभाष ब्रिगेड. यावरून लक्षात येते, की मतभेद असले तरीही सुभाष नेहरू आणि गांधी यांचा किमती सन्मान करीत होते.

सुभाष ब्रिगेडचे नेतृत्त्व शाहनवाज खान यांच्याकडे होती .

अंतरिम सरकारची स्थापना

२१ जून १९४३ रोजी नेताजी यांनी भारतातील अंतरिम सरकारची स्थापना केली. ते त्याचे अध्यक्ष, पंतप्रधान आणि कमांडर इन चीफ होते.

सरकारकडे अर्थसहाय्यासाठी आपली आझाग हिंद बँक आणि चलन व्यवस्थापन होते. याचे राष्ट्रगीत, रेडिओ आणि ध्वजही होता. नेताजींनी कॉंग्रेसचा ध्वज स्वीकारला होता. जपान, बर्मा, थायलँड, मनचुको, नानकिंग, फिलीपाईन्स, जर्मनी, इटली आणि क्रोसिया अशा नऊ देशांनी या सरकाराला औपचारिक मान्यता दिली होती.

यू.एस.ए. व ब्रिटन विरूद्ध युद्धाची घोषणा

२२ जून १९४३ रोजी नेताजींनी अमेरिका आणि ब्रिटन विरूद्ध युद्धाची घोषणा केली. युद्धाच्या योजनेला अंतिम स्वरूप देण्यासाठी त्यांनी एक सभा बोलवली. त्यामध्ये फिल्ड मार्शर काऊंट तेरांची, पूर्व अशियामधील जपानी दलाचे कमांडर यांनी भाग घेतला होता. ही सेना आताच युद्धासाठी सज्ज नसल्याचे त्यांचे म्हणणे होते.

ब्रिटिश भारतावर जपानने हल्ला करावा आणि त्याचे नेतृत्त्व आपल्याकडे असावी, अशी त्यांची इच्छा होती. आझाद हिंद सेना फक्त मदत करेल. सुभाष यांनी हा विचार ठोकरला. त्यांना आपल्या सैन्यासह दिल्लीपर्यंत जायचे होते. त्यांना आपल्या शिपायांच्या वचनबद्धतेवर पूर्ण विश्वास होता.

शेवटी तेराची व सुभाष यांच्यात असे ठरले, की आझाद हिंद सेनेची एक ब्रिगेड जपानी सैन्यासोबत मिळून युद्धाला सुरूवात करेन. ती यशस्वी झाली तर पूर्ण फौजेला सैन्यात सामिल करण्यात येईल.

युद्ध

या कामासाठी सुभाष ब्रिगेडची निवड करण्यात आली. कारण तिच्यातच सर्वात कुशल शिपाई होते.

४ फेब्रुवारी १९४४ रोजी शाहनवाज खांना आपल्या ब्रिगेडसह पॉमला रवाना झाले. ब्रिगेडने बॉम्ब वर्षाव आणि गोळीबार यांच्यातून मार्ग काढीत कलनद किनारीच्या परिस्थिती सांभाळली. त्यांनी विशेष सैन्य चौक्यावरही ताबा मिळविला.

शिपाई उत्साहान भरलेले होते. ते पूर्ण शौर्यानिशी म्हणत असत, की आम्हाला परत जायचे नाही. कोणत्याही किमतीवर आम्हाला दिल्लीला जायचे आहे. आमच्या कमांडर इन चीफचा आदेश आहे. "दिल्ली चलो!"

याच दरम्यान उर्वरित सैन्यानेही जपानी सैन्यासोबत फालम आणि डाका भागावर ताबा मिळविला. त्यांनी कोहिमाही काबीज केले.

१९ मार्च १९४४ रोजी आझाद हिंद सेनेचे शिपाई वरच्या मातृभूमीवर पाऊल ठेवीत होते. भारताच्या स्वातंत्र्याची प्रक्रिया सुरू झाली होती. लवकरच त्यांचा १५०० चौरस किमीवर त्यांनी ताबा मिळविला. भयंकर युद्ध करून त्यांनी कोहिमा आणि मणिपूर जिंकले होते. गांधी ब्रिगेडने इम्फाळमध्ये आझाद हिंद सेनेचा ध्वज फडकवला होता.

जून १९४४मध्ये आझाद हिंद फौजेच्या ६०० शिपायांनी ३०० इंग्रज शिपायांचा जोरदार मुकाबला केला.

परिस्थिती बदलली

अचानक सर्व काही बदलायला लागले होते. एक बातमी आली की ॲरिकन सैन्य सागरी मार्गाने अशियावर हल्ला करण्यासाठी येत आहे. आता जपानी सैन्याला आपला मार्ग बदलावा लागला. आता त्यांना आपल्या साठी लढावे लागणार होते. शत्रू राष्ट्रांवर युरोपमध्ये मित्र राष्ट्रांनी विजय मिळविला होता. इटली असाह्य अवस्थेत होता जर्मनही माघार घेत होते.

जपानी सैन्याने भारताच्या आघाडीवर आझाद हिंद फौजेची साथ सोडली. इकडे डिसेंबर १९४४ पर्यंत इंग्रजी सेना बर्माला पोहचली होती. इरावती नदीच्या काठापर्यंत आली होती. जपानी आजही तिथेच होते. जपानी आणि आझाद हिंद सेनेने शत्रूचा सामना केला, पण पराभूत झाले.

नेताजीद्वारा अत्मसपर्मणास नकार

ही बातमी कळल्यावर नेताजी गरजले, "जापानी लोकांनी शस्त्रे खाली ठेवली असली तरीही आझाद हिंद फौज आपल्या शरीरातील रक्ताच्या शेवटच्या थेंबापर्यंत लढत राहीन."

ते आधीच आपले शिपाई आणि देशवाशियांना म्हणाले होते, "तुम्ही मला रक्त द्या, मी तुम्हाला स्वातंत्र्य देतो."

सैन्याचे शिपाई अन्न तसेच असला- बारूद यांच्याशिवाय लढत होते. पण असे कुठवर चालणार होते? अशातच नाझी जर्मनीच्या पराभवाची बातमी आली तेव्हा शिपाई निराश झाले. शिपाई वाईट अवस्थेत होते. त्यांना कोणत्याही गोष्टी योग्य प्रमाणात मिळत नव्हत्या.

याच दरम्यान इंग्रज सेना सर्व मोर्चावर वेगाने पुढे चालत होती. ते सतत जिंकत चालले होते.

हिरोशिमा आणि नागासकीवर आणूबॉम्ब हल्ला

शेवटी एक जोरदार धक्का लागला. ६ ऑगस्ट १९४५ रोजी अमेरिकेने हिरोशिमावर अणू बॉम्ब टाकला. दोन दिवसांनतर दुसऱ्या बॉमने नागासकीचा विनाश केला. जापानची कणा मोडला. त्याला शस्त्र खाली ठेवावे लागले.

आझाद हिंद सैन्याचे कमांडर द्विधेत होते. पुढे जाण्याचा मार्ग नव्हता. मागे परतण्यासाठी कोणीही मित्र उरला नव्हता.

इंग्रजांनी आझाद हिंद सेना आण शिपायांना तसेच कमांडरांना अटक केली.

नेताजी आणि त्यांचे जवळचे सहाय्यक बँकॉकमध्ये योग्य वेळेची प्रतीक्षा करीत होते. त्यांना रशियन योजनेवर काम करायचे होते. रशियाला जाऊन त्यांच्या मदतीने नवीन सेना स्थापन करण्याचा ते विचार करीत होते.

विमान अपघात

नेताजी यांनी जपानी लोकांना आपली रशियाला जाण्याची व्यवस्था करण्याविषयी सांगितले. पण त्यांनी मना केले.

येथे कॅप्टन तेराची यानी सुभाष यांना मदत केली. युद्धाच्या काळात ते सुभाष यांचा खूप आदर करीत होते.

त्यांनी आपल्या प्रभावाने सुभाष यांच्यासाठी एका खाजगी विमानाचा बंदोबस्त केला. ते त्याना रशियाला घेऊन जाणार होते.

विमानाने भरारी घेतली. सुभाष यांचे सहाय्यक हबीब-उर रहमान सोबत होते.

२३ ऑगस्ट १९४५ रोजी जपानच्या टोकिओ न्यूज एजंसीने बातमी दिली, "आझाद हिंद सेनेच्या अंतरिम सरकारचे प्रमुख सुभाष चंद्र बोस आपले सहाय्याक हबीब उर रहमान यांच्यासोबत बँकॉक ते टोकियो असा

विमान प्रवास करीत होते. अचानक या विमानाला आग लागली. हे विमान फोरमांसा जवळ ताईहोम डोंगरात अपघातग्रस्त झाले. या अपघातात खूप जळाल्यामुळे नेताजी सुभाषचंद्र बोस यांनी इस्पितळात आपले प्राण सोडले.”

आझाद हिंद सेनेच्या अधिकाऱ्यांनी या वृत्ताला दुजोरा दिला. ही बातमी इतकी धक्कादायक आणि दुःखद होती की भारतीय लोक ती स्वीकारण्यास तयारच नव्हते. लोक अनेक शतके याच भ्रमात होते, की त्यांचे प्रिय नेताजी अजून जिवंत आहेत आणि एखाद्या दिवशी ते नक्की भारतात परत येतील.

■■■

MARATHI BOOKS

DIAMOND BOOKS X-30, Okhla Industrial Area, Phase-II New Delhi-110020
Ph: 011-40712200 email : wecare@diamondbooks.in www.diamondbooks.in

MARATHI BOOKS

DIAMOND BOOKS X-30, Okhla Industrial Area, Phase-II New Delhi-110020
Ph: 011-40712200 email : wecare@diamondbooks.in www.diamondbooks.in